Win Your Heart My Ginoo
Maikling Bersyon

ZuXiner

Ukiyoto Publishing

All global publishing rights are held by

Ukiyoto Publishing

Published in 2024

Content Copyright © ZuXiner

ISBN 9789358460957

*All rights reserved.
No part of this publication may be reproduced, transmitted, or stored in a retrieval system, in any form by any means, electronic, mechanical, photocopying, recording or otherwise, without the prior permission of the publisher.*

The moral rights of the authors have been asserted.

This is a work of fiction. Names, characters, businesses, places, events, locales, and incidents are either the products of the author's imagination or used in a fictitious manner. Any resemblance to actual persons, living or dead, or actual events is purely coincidental.

This book is sold subject to the condition that it shall not by way of trade or otherwise, be lent, resold, hired out or otherwise circulated, without the publisher's prior consent, in any form of binding or cover other than that in which it is published.

www.ukiyoto.com

Contents

Paalala	1
Unang Bahagi	2
Ikalawang Bahagi	7
Ikatlong Bahagi	15
About the Author	*24*

Paalala

Ang istoryang ito ay pawang kathang-isip lamang. Ang mga pangalan, tauhan, lugar at pangyayari ay bahagi lamang ng imahinasyon ng may akda. Ang tagpuan at panahon sa istoryang ito ay panahon pa ng pananakop ng mga kastila sa Pilipinas. Muli, ang mga pangalan, kaganapan, pangyayari at trahedya sa kwentong ito ay walang kinalaman at walang katotohanan. Hindi ito nasusulat sa kasaysayan ng Pilipinas. Maraming Salamat!

Unang Bahagi

ALAS tres ng umaga, tulog at wala ng makikitang tao sa daan. Mga kuliglig ang tanging iyong maririnig. Malakas na hangin ang dulot ng kaniyang electric fan. Nakahiga si Jenifer sa kaniyang kama habang iniisip kung saan siya makakukuha ng impormasyon na kaniyang ipapasa bukas sa kaniyang takdang-aralin. Isa itong pananaliksik tungkol sa naging buhay ng nawawalang prinsipe ng Espanya noong taong 1881. Kinuha niya ang sariling laptop upang maghanap sa internet ngunit hindi pa rin niya makuha ang mga impormasyong kinakailangan sapagkat ito ay limitado lang. Isang paraan na lang ang kaniyang naisip na maaari niyang pagkuhanan ng impormasyon. Agad siyang bumangon, pinuntahan niya ang ama upang humingi ng permiso na papasukin sa kanilang museo, ngunit hindi siya nito pinayagan sa kadahilanang ang kwartong pagkukuhanan niyang iyon ay nasa ilalim pa ng malaking pagsasaayos.

Maagang nagising si Jenifer na matamlay at puyat. Ayaw niya pa sanang bumangon ngunit wala siyang magagawa. Humilamos, naligo at nag-ayos saka bumaba upang kumain ng agahan.

"Good morning class," bati ng kanilang guro.

"Good morning ma'am Karen Silencio." Pabalik nilang bati rito.

"Before we start, kindly pass your assignment at pipili ako ng ilang mag-uulat ng kanilang ginawa."

Hindi mapakali si Jenifer sapagkat wala siyang maipapasang pananaliksik. Ang ginawa niya ay pumunta sa kaniyang guro, "p-pasensya po ma'am, ano po kasi... wala po akong nakuhang impormasyon tungkol sa topic na ibinigay mo po sa akin." Nakayukong saad niya.

"Hindi ka ba naghanap online? 'Di ba may sarili kayong museo? Pwede ka namang kumuha ng impormasyon doon."

"A-ano po kasi... hindi ako pinayagan ni daddy," kinakabahang sagot ni Jenifer. "Wala rin pong sapat na impormasyon mula sa internet." Paliwanag pa niya.

"Mukhang mahirap ang napuntang topic sa'yo. Life of Prince Caspian Valentino after his disappearance in the kingdom of Spain." Tiningnan nito ang papel bago tumingin kay Jenifer. "Pumunta ka sa aking opisina mamaya pagkatapos ng ating klase." Saad nito at bumalik na lamang sa upuan ang dalaga. Matapos ang kanilang klase ay nagtungo siya sa opisina ng kaniyang guro. Ito ang kaniyang history teacher. Mabait ito kaya pinahihintulutan silang magsalita ng Ingles.

"I'm sorry, but this topic is below what books and google can give." Panimula ni Jenifer.

"Really? But you said this topic is interesting, so what's the rant now?"

"I'm sorry, ma'am. I really want to study this topic, but I can't find any information related to him."

"You disappoint me so much, Jenifer. You will fail this subject for sure." Nagpakawala ng buntong hininga ang kaniyang guro.

"Do you want me to help you with your research? I know where you can find information for that, aside from your family's museum." Tila umaliwalas ang mukha ng dalaga dahil sa kanyang narinig. May isinulat sa isang pirasong papel ang gurong si Karen at ibinigay ito sa dalaga.

"*Bosque de La Felicidad*" pagbasa ng dalaga sa nakasulat.

Napagpasyahan ni Jenifer na magliban ng klase. Agad siyang pumunta sa paradahan ng sasakyan at pumasok sa loob ng kotse. Sinimulan niyang paandarin ang makina upang magtungo sa Bosque de la Felicidad. Lagpas dalawang oras ang byahe patungo roon. Hindi niya mahanap ang lugar na iyon noong una pero dahil sa tulong ng google map ay nahanap niya ito. Batid ng dalaga na malapit na siyang makarating sa itinuturo ng mapa dahil naging makipot na ang daan at wala na siyang nakikitang mga tao o bahay man lang. Tanging mga puno sa magkabilaang gilid at marupok na daanan sa gitna ang makikita. Napamura ang dalaga ng biglang bumuhos ang malakas na ulan. "Takte! Hindi ko na makita ang dinadaanan ko!" saad nito sa kaniyang sarili.

Nagsimulang dumilim ang buong paligid dahil sa lakas ng ulan. Hindi na rin kayang magmaneho ng dalaga sapagkat malabo na ang nakikita nito. Kinuha niya ang kaniyang emergency flashlight at payong bago lumabas ng sasakyan patungong museum.

Unang tapak palang niya ay lumubog na sa putik ang suot na heels kaya hinubad niya ito. Mas lalo siyang napamura ng lumubog ang paa niya sa malalim na parte ng kagubatan kasabay ng pagkasira ng payong. Hirap siyang naglakad habang iniinda ang sakit ng kaniyang binti. Ang mga dugo ay patuloy pa rin umaagos habang pumapatak ang napakalakas na ulan.

Lumiwanag ang mukha ni Jenifer nang masilayan niya ang napakalaking museo na yari sa kahoy. Sa sobrang tuwa ay tumakbo siya papunta roon.

Napatili ang dalaga ng mahulog siya sa napakalaking butas at tumama ang ulo sa bato. Hindi siya makagalaw sa sobrang sakit na nararamdaman. Gusto niyang humingi ng tulong. Gusto niyang sumigaw pero hindi niya magawa. Kumawala ang luha sa mata niya at sa pagkakataong iyon alam niyang hindi na siya muling makababalik pa.

"D-Dad..." Ipinikit niya ang mata at hinayaang magpalamon sa dilim.

Ikalawang Bahagi

Las Pilipinas, 1881.

Napamulat si Jenifer sa sinag ng araw. Kahit dama pa rin ang pananakit ng buong katawan ay hinayaan niya lang ang sariling tiisin ito.

"Filemon! Ang binibibini ay naririto sa hukay! Iyong ipagbigay batid ito agad sa señora!" sigaw ng isang dalagang nagngangalang Isme. Si Isme ay labing anim na taong gulang na naninilbihan sa pamilyang Flores.

"Binibini, ipagpaumanhin po ninyo ang aking kapabayaan."

Kumunot ang noo ng dalaga. *'Anong trip ng mga tao rito?'* Takang tanong nito sa sarili.

"Isme! Ang señora ay nasa simbahan pa kasama ang pamilya Dela Vega. Naririto ang ilang magsasaka upang tumulong sa pagkuha sa binibini."

Tumalon sa hukay ang grupo ng kalalakihan na nakasuot ng sinaunang damit at nakasumbrero pa. Pinagtulungan nilang buhatin ang dalaga at laking gulat nito nang makitang wala na ang nagtataasang puno sa Bosque de La Felicidad at naging taniman ito ng iba't ibang klase ng halaman. Ipinasok nila si Jenifer sa napakalaking mansyon na inakala niyang museo.

Napakaganda at sumisigaw sa karangyaan ang bawat haligi ng mansyon. Spanish-Era ang disenyo nito sa kabuohan. Gawa sa kahoy at may iba-ibang obrang palamuti na siyang nagbibigay kulay sa buong mansyon. Nagtataka man subalit hinayaan niya na lamang ito dahil sa sakit ng katawan at natulog.

"Que paso a mi, hija? Anong nangyari sa aking anak, Isme?"

"S-Señora, ipagpaumanhin niyo po ang aking kapabayaan." Nauutal na saad ng babae. Ibinilin naman ng señora na bantayan ang anak at umalis na.

Nagising ang dalaga sa ingay na narinig. *'Siguro ay narito na ang may-ari ng mansyon kaya dapat akong magpasalamat sa kaniya,'* ani ng dalaga sa isip.

"Binibini! Mabuti naman at ika'y gising na. Kumusta na po ang iyong pakiramdam?" Tanong ni Isme.

"Okay na ako. Thank you sa inyo." Ngiting saad ni Jenifer ngunit kumunot ang noo niya nang makita ang gulat na mukha ng babae.

"O-okey? T-tenkyu? Ano ang ibig sabihin ng mga salitang iyong binitawan, binibini? Ikaw ba ay marunong ng wikang Ingles?" Kunot noong tanong ng babae, kumunot din ang noo niya.

"Sorry ha, pero kailangan ko ng umuwi. Hinahanap na ko ng Dad ko." Saad niya at mabilis na bumangon.

"Ngunit binibini! Hindi ka maaaring umalis! Mapaparusahan kami ng señora. At sinong naghahanap sa iyo? Sino si Dad?"

Napahampas nalang siya sa noo dahil sa iritasyon. Bumuntong hininga si Jenifer upang pakalmahin ang sarili at muling nagsalita, "hinahanap na ako ng aking ama. Pakiusap, pauwiin ninyo na ako."

"P-po? Ngunit ang iyong ama ay kasalukuyang nasa Cebu. Sa makalawa pa ang uwi niya rito sa mansyon." Paliwanag ni Isme.

"What?! Do you even know my father? At anong Cebu? Ano naman ang ginagawa niya roon?"

"H-hindi ko po kayo maintindihan, binibini. Paanong hindi po ninyo alam ang ginagawa ng iyong ama sa Cebu kung kasama po kayong naghatid sa kaniya. Binilugan niyo pa po ang petsa ng pag-alis niya sa iyong kalendaryo." Ani ng Babae at tinuro ang kalendaryo na nasa dingding. Nanlaki ang mata ni Jenifer nang makita ang taon na nakasulat doon.

1881

Nagmadaling hinanap ni Jenifer ang cellphone sa bulsa at nagulat siya ng engrandeng saya na ang suot niya. Dahil doon labis siyang nagtaka. Halos maiyak siya dahil sa mga pangyayari.

LUMIPAS ang dalawang linggo ay hindi pa rin nakabalik ang dalaga sa kaniyang panahon. Hindi niya inaakalang mangyayari ang bagay na ito. Siya si Jenifer Broce ng taong 2018 ay nagpapanggap bilang Salome Flores ng taong 1881. Noong una, hindi niya tanggap ang sitwasyon at gusto na niyang umuwi subalit 'di kalaunan ay unti-unti niya itong tinanggap. Malinaw na rin sa kaniya na napunta siya sa panahong ito upang malaman ang buhay ng nawawalang prinsipe. Subalit napanghihinaan siya ng loob dahil ilang araw na siyang namumuhay sa panahong ito at maaaring kunting maling galaw niya lamang ay magbabago ang mga pangyayari sa hinaharap.

Isang-araw habang namamasyal ang dalaga ay napansin niya ang isang binatang nakaupo sa ilalim ng malaking puno. Sa hugis at tikas pa lang ng katawan nito ay kilala na niya ito. Ito ay walang iba kundi ang ginoong si Kasper. Lagi niyang sinasabi sa sarili na hindi niya ibig magkagusto kay Kasper.

Hindi ako kahit kailan nakaramdam ng pagmamahal, hindi ko rin hangad na maramdaman iyon. Hindi ako marunong magmahal ng tama, hindi ko alam kung paano ko iyon ipaparamdam nang hindi nakagagawa ng mali. Ito rin siguro ang dahilan kung bakit hindi ko hinangad na makaramdam ng pag-ibig. Natatakot ako, sobra.

Ngunit...

Simula ng mapadpad siya sa panahong ito, ay nakilala niya ang binatang nagpatibok ng kaniyang puso. Natatawa pa nga siya dahil talagang sa panahon pa niya ito naramdaman ang humanga at umibig.

Si Kasper ay matipuno, maputi, matangos ang ilong, matangkad, may mapupungay na mga mata at mapupulang labi. Sa maikling salita, perpektong perpekto siya. Siya rin ay maginoo na halos kinababaliwan ng lahat ng pilipinang nakakikita sa kaniya.

"Binibining Salome, ayos lamang po ba kayo? Tila ang lalim ng iyong iniisip." Magalang na tanong ng binata. Hindi makagalaw ang dalaga dahil sa labis na kaba. Hanggang ngayon ay malaki pa rin ang epekto na dulot nito sa kaniya. "A-ayos lamang a-ako." Nauutal na tugon ni Jenifer.

"Kung gayon, sasamahan na lamang kita sa pamamasyal sa inyong hacienda, binibini." Nakangiting wika ni Kasper. Nahihiya man ay tumango na lamang ang dalaga.

"Sandali lamang, kukunin ko lang ang aking kabayo upang hindi kana mapagod sa paglalakad" nakangiting wika ng binata at agad na umalis. Ilang sandali pa ay dumating na ang ginoo sakay ng kabayo. Agad itong bumaba at lumuhod, "halina't tayo nang mamasyal, binibini." Wika ng binata saka inilahad ang kaniyang palad. Namumula ang pisngi ng dalaga ng iniabot niya ang kaniyang kamay. Dahan dahang pinatakbo ni Kasper ang kabayo habang ang isa niyang kamay ay nakaalalay sa bewang ng dalaga. Kung titingnan sa malayo ay parang nakayakap ang ginoo sa kaniya dahil sa kanilang posisyon. Lihim namang kinilig ang dalaga at lihim ding napangiti ang binata dahil matagal niya na rin gusto ang binibini.

Pinatigil ng ginoo ang kabayo at inalalayan muli ang dalaga sa pagbaba. "Wow!" manghang saad ni Jenifer nang makita ang isang talon. Napakaganda ng buong lugar. Ngayon niya lang nalaman na may ganoong lugar pa pala sa kinikilala niyang hacienda.

"W-wow? Ikaw ba ay marunong ng wikang Ingles, binibini?" Nagtatakang tanong ni Kasper. Gulat namang nasapo ni Jenifer ang kaniyang noo. "A-ah heheh o-oo. N-natutunan ko l-lang iyon sa La Concordia noong nag-aaral pa ako sa Maynila, oo yun nga, heheh" palusot ng dalaga. Tumango naman ang binata na tila kinukumbinsi ang sarili na maniwala.

Umupo ang dalaga malapit sa puno. "Ano ang tawag sa lugar na ito? Ngayon ko lang kasi nasaksihan na may ganito pala rito." Pag-iiba ng dalaga.

"Walang tawag sa lugar na ito, binibining Salome." Tugon ng binata at umupo na rin sa tabi niya, "Ngunit kung iyong nanaisin, maaaring bigyan natin ng pangalan ang lugar na ito." Nakangiting wika ng binata.

"Tama ka, kung gayon ano ang naisip mong pangalan?" Masiglang tanong niya.

"Kung ako ang tatanungin, nais kong Bosque de la Felicidad ang itawag dito." Saad ng binata habang nakatingin sa talon. Kumunot naman ang noo ng dalaga. Naalala niya kasi na iyon ang isinulat ng kaniyang gurong si Karen at kung bakit siya napadpad sa panahong ito.

"Bosque de la felicidad?" Naguguluhan na tanong niya.

"Siyang tunay binibini, ang ibig sabihin niyon ay gubat ng kaligayahan." Nakangiting saad ni Kasper. Lumipas ang ilang oras ay nanatili pa rin sila roon. Simula noon ay lalong naging malapit ang dalawa sa isa't isa. Lagi silang nagkikita at namamasyal sa lugar na iyon.

Ikatlong Bahagi

ISANG gabi habang nasa isang piging ang dalawa sa tahanan ng Flores at umiinom ng Altozano Tempranillo kasama ang iba pang mga bisita, bumungad sa kanilang harapan ang isang binibini. Ayon sa suot nito ay nagmula siya sa isang mayamang pamilya. Base rin sa ekspresyon nito ay matagal na niyang kilala si Salome at Kasper. Siya ay mabait na kaibigan at may lihim na pagtingin sa binatang si Kasper subalit nang dahil sa inggit at selos ay gagawin niya ang lahat upang masira ang dalawa.

"Magandang gabi sa iyo binibining Helena, mabuti at nakadalo ka." Saad ng ginoo. Tumingin muna si Helena sa dalaga. "Hindi na ako magpaaligoy-ligoy pa ginoong Kasper sapagkat ang binibining kasama mo ay hindi mo maaaring ibigin." Diretsong saad nito na ikinunot ng noo ni Kasper. Nagulat naman si Jenifer sa sinabi ni Helena.

"Isa siyang impostora, ginoo!" lalong nabigla si Jenifer sa sinabi nito. *'M-may nakakaalam na ng sikreto ko'* saad niya sa kaniyang isip.

"Anong pinagsasabi mo, Helena? Estás mintiendo!" *(You're lying)* may diing saad ng binata.

"No sabés Nada, señor." *(you don't know nothing, señor.)*

Humarap si Kasper kay Jenifer, "totoo ba?"

Hindi man maintindihan ni Jenifer dahil sa lenggwaheng ginamit ng dalawa ay patuloy pa rin sa mabilis na pagkabog ang kaniyang puso. Hindi siya nakasagot. Dumating na ang araw na kinakatakutan niya. Lalo siyang kinabahan ng nagsidatingan ang mga guwardiya sibil at hinawakan ang kaniyang magkabilang kamay. Ito rin ang mga guwardiya sibil na naghahanap din sa nawawalang prinsipe. Maraming tao ang nakiusyoso sa pangyayari. Pumalag naman si Jenifer subalit malakas ang mga ito.

"Ganiyan ang gusto ko sa babae, iyang palaban." Saad ng isang gwardiya. Nagsidatingan ang iba pang mga kasamahan nito at pinaghahampas ang mga Pilipino. May bomba silang inilagay sa bawat sulok ng buong lugar. Walang nagawa ang mga tao dahil sa takot. Muling hinawakan ng isang lalaki si Jenifer.

"No te atrevas a tocarla o de lo contrario te arrepentirás." *(Don't you dare to touch her or else you will regret it)* Makahulugang wika ni Kasper.

"Sampong minuto at sasabog na ang bomba! Paglipas ng limang minuto ay aalis kami at sasabog kayong lahat! Ilabas ninyo ang prinsipe kapalit ng mga buhay ninyo at ng buhay ng babaeng 'to!" hindi na marinig ni Jenifer ang boses ni Kasper, tingin niya'y napatahimik na ito. Napadilat siya ng biglang tumahimik ang paligid. Sa harapan niya ay ang panlalaki ng mga mata ng pinuno habang nakatingin sa kaniyang likuran.

Unti-unti siyang humarap at tumindig ang kaniyang balahibo nang makitang walang buhay ang mga lalaking pumipigil kay Kasper. Madilim ang mukha ni Kasper habang nakatayo siya sa gitna ng mga bagsak na katawan ng lalaki.

"Pakawalan ninyo ang babaeng 'yan kung ayaw ninyong maupo sa silyang naghihintay sa inyo sa impyerno." Marahan ang boses ni Kasper ngunit punong puno ito ng awtoridad at kapangyarihan.

"Punyeta! Patayin ninyo ang lalaking 'yan!" Galit na galit na sigaw ng pinuno. Sabay sabay na nagangat ng mga baril ang lahat ng lalaki at itinutok ito kay Kasper. Pipindutin na sana nila ang gatilyo ng mapahinto sila dahil sa nakakapanindig balahibong tawa ni Kasper.

Ang lahat ay pigil hininga habang pinapanood ang mga kaganapan. "Bakit ninyo papatayin ang taong hinahanap ninyo?"

"S-sino ka?" Nauutal na tanong ng isang lalaki. Punyal na tumawa si Kasper. Tinuro niya ang sarili niya at dahan dahang humakbang sa lalaking nagtanong. "Ako?" Huminto siya ng labing dalawang pulgada at humarap sa lahat. "Ako si Caspian Valentino. Ako ang prinsipe ng Espanya at ako ang huling taong makikita ninyo bago kayo magkita-kita sa impyerno." Tila huminto ang buong paligid at nanikip ang dibdib ni Jenifer nang mabilis na iniangat ni Kasper ang kaniyang baril at diretso itong itinutok sa pinunong nasa gilid niya.

"Ibaba mo ang iyong baril kung ayaw mong mamatay ang babaeng 'to!" malakas na banta ng pinuno at idiniin lalo sa sentido ng dalaga ang baril. Gumalaw ang panga ni Kasper at unti-unting sumilay ang kaniyang ngisi.

"Patayin mo…" kumpyansa niyang sagot habang nanatiling nakatutok pa rin ang baril. Isang malakas na putok ng baril ang namutawi.

Hindi si Salome ang bumagsak sa kinatatayuan nila.

'I always put myself in a mess.' Saad ni Jenifer sa sarili.

'Kung hindi ko kaya sinunod ang lugar kung saan itinuro sa akin ni Miss Silencio ay mapupunta ba ako rito? Nandito ako ngayon sa kasaysayan kung saan lahat ganap ng nangyari mula sa panahong kasalukuyan. Lahat nang ito ay nakasulat na sa bawat pahina, bawat balita, bawat artikulo sa internet at kaisipan ng mga tao sa kasalukuyan.' Ani ng dalaga sa isip.

Matapos ang araw na iyon ay hindi na muli nagparamdam si Kasper. Sa kabilang dako, ang dalagang si Jenifer ay nananaginip na nasa isang 'time machine'. Pabalik-balik na tila hindi maunawaan ang lahat ng nangyari. Ibinabalik siya nito sa makabagong panahon ngunit kalaunan din ay hihigupin na naman muli sa makalumang panahon kung saan tingin niya ay naroon na ang kaniyang puso.

Nagising si Jenifer sa isang pamilyar na lugar. Hindi na magkumahog ang dibdib dahil sa labis labis na kaba. Nasilayan niya ang lalaking matagal na niyang nais makita. "K-Kasper..."

nauutal niyang tawag. Pakiramdam niya ay ang laki-laki ng kasalanan niya.

"Ano na naman itong ginawa mo, Salome? Bakit ay lagi mo akong pinahihirapan? Palagi mo ako pinapakaba! Alam mo ba iyon!" Tumaas ang boses ni Kasper. Tumakas ang traydor na mga luha sa mata ni Jenifer.

"Huwag mo ng uulitin iyon ha… hmm" tila nanunuyong wika ng binata.

"A-Ang alin?" Kinakabahan na tanong niya.

"Sa tuwing nakikita ko ang mga taong naghahangad ng atensyon mo ay naiinis ako… at sa tuwing nakukuha nila ang gusto nila ay nababaliw ako," marahan at tila nagsusumamong wika ni Kasper. Parang kinurot ang puso niya dahil sa narinig.

"Kahit hindi pa ikaw 'yan, kahit hindi tayo ang itinadhana, kahit gaano ka pa kalayo sa akin, kahit ilang milyong araw pa ang distansiya natin, ikaw lang ang babaeng tanging nagpakilig sa akin. Ang babaeng mamahalin ko, Jenifer." Lalong humikbi ang dalaga dahil sa narinig. "Hussssshh, tahan na irog ko. Alam ko na ang totoo. Tatanggapin ko iyon ng buong puso kaya sana hayaan mo akong iparamdam sa iyo ngayon ang tunay na nararamdaman ko." Dahan-dahang inilapat in Kasper ang kaniyang labi sa labi ng dalaga. Ang bawat halik na kanilang ibinigay sa isa't isa ay puno ng pagmamahal.

Sa pagtigil ng pag-ikot ng panahon, pagpalit ng buwan sa araw, pagiging mainit na dati'y malamig na klima at paglagas ng mga dahon sa puno, bumungad sa harapan ni Jenifer ang puting kisame. Inilibot niya ang paningin at napagtantong nasa isang Ospital siya ngayon. Nagising naman ang kaniyang ama ng tawagin niya ito. Agad siyang niyakap ng ama at hinalikan sa noo. Makikita sa mukha nito ang pag-aalala sa anak.

Unti-unting tumulo ang kaniyang luha at pagkadurog ng kaniyang puso. Nakabalik na siya sa kaniyang panahon subalit naiwan namang mag-isa ang lalaking nagbigay sa kaniya ng saya at nagparamdam kung gaano siya kahalaga.

Lumipas ang isang linggo ng makabalik sila ng kaniyang ama sa kanilang museum.

"Anak," tawag ng ama, lumapit naman ang dalaga.

"Hindi ko alam at nagtataka ako kung bakit may ganito sa loob ng kuwartong ipinagbabawal ko. Sa tingin ko ay para sa'yo ito." Inabot ng ama sa kaniya ang isang lumang papel na nakasulat ang pangalang *'Jenifer Broce'* at tila isinulat ito mahigit isang daang taon na ang nakalipas. Binuksan niya ang sulat.

Disyembre 10, 1951

Mahal kong Jenifer,

Maraming salamat sa lahat ng pagmamahal mo. Alam kong ang pag-ibig mo sa akin ay totoo. Hindi ko man narinig sa iyo ang salitang mahal mo rin ako noong araw na iyon, alam kong kahit hindi mo sabihin, ganoon rin naman ang nararamdaman mo para sa akin. Nagpapasalamat ako dahil sa rami ng sakripisyo na ginawa mo para sa akin, hindi ko akalaing nagawa mong malagpasan ang lahat ng iyon kahit pa hindi mo kabisado ang pamumuhay sa aming panahon. Napagtanto ko na hindi ko dapat sayangin ang iyong pagsasakripisyo. Kahit ngayon ako'y matanda na at malabo na ang aking mga paningin, malinaw pa rin sa aking alaala ang iyong kagandahan, nakikita ko pa rin hanggang ngayon sa aking isipan ang iyong mga mata, ilong, pisngi, matamis na ngiti, maputing kutis at matamis na labi.

Hindi na ako nag-asawa pa dahil ikaw lang ang nagmamay-ari nitong puso ko at kahit hindi kita kapiling, kahit nasa malayong lugar ka, kahit hindi ka pa pinanganak sa panahong ito... ikaw pa rin ang mamahalin ko. Nawa'y mapangiti ka ngayon. Nabuhay ako ngayon ng napakahaba, at kahit hindi ko man hawak ang kamay mo ngayon, asahan mo na ang puso ko ay kailanman ay hindi bibitaw sa iyo.

Patawarin mo ako kung hindi na kita mahihintay pa dito sa ating tagpuan, dito sa bosque de la felicidad. Gayunpaman palagi mong tatandaan na mahal na mahal kita Jenifer. Saksi ang lugar na ito, ang gubat ng kaligayahan kung saan nagsimula ang kwento nating dalawa.

Hanggang sa muli... Mi amor (My love)

Nagmamahal,

Caspian Valentino.

Niyakap niya na lang ang sulat na 'yon at hindi na maawat ang pagbagsak ng kaniyang luha. Nasasaktan siya dahil mag-isang hinarap ni Kasper ang lahat. Nasasaktan siya dahil hinintay pa siya nito kahit alam nitong napaka-imposibleng makabalik siya sa panahong iyon. Nasasaktan siya dahil wala na siyang magagawa sa pagkakataong ito, dahil ito na ang huling kabanata ng kanilang kwento.

~WAKAS~

About the Author

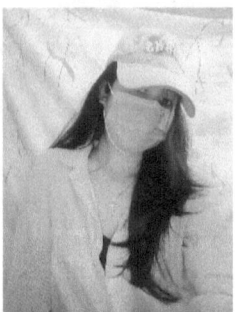

ZuXiner

Karen Quezon (known as ZuXiner) is a registered author of the National Book Development Board - Philippines. She's a 21-year-old college student at Western Philippines University and one of Tanglaw's creative writers. She's the author of the teen fiction novel entitled "Our Messy Hearts", which took her three years to finish. She also wrote short stories and has three anthology books under Ukiyoto Publishing. Karen was writing a completely different novel that seemed to be going nowhere, but she didn't stop writing. For her, becoming isn't about arriving somewhere or achieving a certain aim. Instead, she saw it as forward motion, a means of evolving, and a manner of constantly striving for a better self. The journey is not over.

www.ingramcontent.com/pod-product-compliance
Lightning Source LLC
LaVergne TN
LVHW041643070526
838199LV00053B/3539